AF518888

അനശ്വരകഥകൾ

anaswara kadhakal

•

k n kutty kadampazhippuram

•

first edition
september 2007

•

second edition
september 2008

•

typesetting & published
chintha publishers, thiruvananthapuram

•

•

cover and illustration
anil vega

വിതരണം

ദേശാഭിമാനി ബുക്ക് ഹൗസ്

H O തിരുവനന്തപുരം–695 001

ബ്രാഞ്ചുകൾ

തിരുവനന്തപുരം, കൊല്ലം, ആലപ്പുഴ, കോട്ടയം
എറണാകുളം, തൃശൂർ, കോഴിക്കോട്, കൽപ്പറ്റ, കണ്ണൂർ

CR - 812 / 2001

അനശ്വരകഥകൾ

ബാലസാഹിത്യം

കെ എൻ കുട്ടി കടമ്പഴിപ്പുറം

ചിന്ത പബ്ലിഷേഴ്സ്
തിരുവനന്തപുരം-695 001

കെ എൻ കുട്ടി കടമ്പഴിപ്പുറം

1967 ഏപ്രിൽ 29-ന് പാലക്കാട് ജില്ലയിൽ കടമ്പഴിപ്പുറത്തിനടുത്ത് കുണ്ടുവംപാടത്ത് ജനിച്ചു. പുല്ലുണ്ടശ്ശേരി എ എൽ പി സ്കൂൾ, കടമ്പഴിപ്പുറം ഹൈസ്കൂൾ, ഒറ്റപ്പാലം എൻ എസ് എസ് കോളെജ് എന്നിവിടങ്ങളിൽ വിദ്യാഭ്യാസം.

ഇപ്പോൾ കടമ്പഴിപ്പുറം ഗവ. യു പി സ്കൂൾ അധ്യാപകൻ.

അധ്യാപക കലാസാഹിത്യ സമിതിയുടെ 2005-ലെ സംസ്ഥാന ബാലസാഹിത്യ അവാർഡ്, ബാലസാഹിത്യത്തിനുള്ള 2006-ലെ ഡോ ബി ആർ അംബേദ്കർ നാഷണൽ ഫെലോഷിപ്പ് പുരസ്കാരം എന്നിവ നേടിയിട്ടുണ്ട്.

മിന്നാമിനുങ്ങുകൾ, കല്ലടിക്കാട്, കേരളത്തിലെ മുത്തശ്ശിക്കഥകൾ, ഹോജാ കഥകൾ, ഇന്ത്യൻ നാടോടിക്കഥകൾ, നാടും നാടോടിക്കഥകളും തുടങ്ങിയ ബാലസാഹിത്യകൃതികൾ പ്രസിദ്ധീകരിച്ചിട്ടുണ്ട്.

ഭാര്യ : രാജമ്മ

മക്കൾ : ഐശ്വര്യ, ആര്യ

വിലാസം : കുണ്ടുവംപാടം പി ഒ
പാലക്കാട് - 678 633

ഉള്ളടക്കം

ഇത് പറയട്ടെ

ഐതിഹ്യ കഥകൾ, മഹാൻമാരുടെ കഥകൾ, മുത്തശ്ശിക്കഥകൾ, ഹോജാകഥകൾ, ഉണ്ണിക്കഥകൾ തുടങ്ങി കുട്ടികൾ വായിക്കേണ്ട ഏതാനും കഥകളാണ് ഈ പുസ്തകത്തിൽ പുനരാഖ്യാനം ചെയ്തിരിക്കുന്നത്.

അധികവായനയെ പ്രോത്സാഹിപ്പിക്കുന്ന ഇന്നത്തെ വിദ്യാഭ്യാസ രീതിയിൽ തീർച്ചയായും ഈ പുസ്തകത്തിന് ഒരിടം കിട്ടുമെന്നാണ് എന്റെ വിശ്വാസം. കുട്ടികൾ ഇഷ്ടപ്പെടുന്ന ഭാഷയിലും ശൈലിയിലും ഓരോ കഥകളും രസപ്രദമായും മനോഹരമായും പറയാൻ ശ്രമിച്ചിട്ടുണ്ട്. ഇനി വായനയ്ക്കു ശേഷം നിങ്ങൾ അഭിപ്രായം പറയുക...

ഗ്രന്ഥകാരൻ

1

തൊപ്പി

പതിവു പോലെ ഹോജ നടക്കാനിറങ്ങി. അപ്പോഴാണ് ചങ്ങാതിയായ സെയ്തുമുഹമ്മദ് ഓടിക്കിതച്ച് ഹോജയുടെ അരികിലെത്തിയത്.

"ഹോജാ, ദയവുചെയ്ത് ഈ കത്തൊന്നു വായിച്ചു തരൂ..."

ചങ്ങാതി കത്ത് ഹോജയ്ക്കുനേരെ നീട്ടി. ഹോജ കത്തു വാങ്ങി മറിച്ചും തിരിച്ചും നോക്കി. "അയ്യോ... ഈ കത്ത് തുർക്കി ഭാഷയിലാണ് എഴുതിയിരിക്കുന്നത്. എനിക്ക് ഈ ഭാഷ അത്ര വശമില്ല ചങ്ങാതീ..."

അതു കേട്ടയുടനെ സെയ്ദ് ഹോജയെ കളിയാക്കാൻ തുടങ്ങി.

"അയ്യേ, തുർക്കി ഭാഷ അറിയില്ലെന്നോ! പിന്നെന്തിനാണ് നിങ്ങളീ തുർക്കിത്തൊപ്പിയും വച്ചു ഞെളിഞ്ഞു നടക്കുന്നത്?"

ഇതുകേട്ടതും ഹോജ വേഗം തന്റെ തൊപ്പിയൂരി നീട്ടിക്കൊണ്ടു പറഞ്ഞു–" ഈ തൊപ്പിവച്ചാൽ തുർക്കി ഭാഷ സംസാരിക്കാൻ കഴിയുമോ? ചങ്ങാതീ ഞാനത് അറിഞ്ഞില്ല, ട്ടോ... എന്നാൽ ഇനിയീ തൊപ്പി നിങ്ങൾക്കു തന്നെയിരിക്കട്ടെ!"

(ഹോജാ കഥ)

2

കടലാസ് തുണ്ടിന്റെ വില

ഗാന്ധിജിയുടെ മേശപ്പുറത്ത് പുസ്തകം പോലുള്ള ഒരു കൊച്ചു കലണ്ടറുണ്ടായിരുന്നു. ഗാന്ധിജിയുടെ ശിഷ്യ മീരാബെൽ എന്നും രാവിലെ കലണ്ടർ നോക്കും. അതിൽ നിന്നും തലേദിവസത്തെ കടലാസെടുത്ത് ഗാന്ധിജിക്ക് നൽകും. ആ കടലാസിന്റെ മറുവശമാണ് അദ്ദേഹം എഴുതാൻ ഉപയോഗിക്കാറുള്ളത്.

മീരാബെൽ വീട്ടിലില്ലാത്ത ദിവസം... അന്ന് മറ്റാരോ ആണ് തലേന്നത്തെ കടലാസെടുത്തു മാറ്റിയത്. അൽപ്പം കഴിഞ്ഞപ്പോൾ ഗാന്ധിജി വന്ന് ആ തുണ്ടു കടലാസിനുവേണ്ടി തിരച്ചിൽ തുടങ്ങി. കൂടെ മറ്റുള്ളവരും. കുറേക്കഴിഞ്ഞ് എവിടെനിന്നോ കടലാസു തുണ്ടു കിട്ടി.

ഗാന്ധിജിക്ക് സന്തോഷമായി. അദ്ദേഹം ആ കടലാസിന്റെ ചുളിവെല്ലാം നിവർത്തി മറുപുറത്ത് എഴുതാൻ തുടങ്ങി.

ഒരു കൊച്ചു കടലാസുതുണ്ടു പോലും വെറുതെ കളയരുതെന്ന് ഗാന്ധിജിക്ക് നിർബന്ധമായിരുന്നു. ആ നിർബന്ധം തന്നെയാണല്ലോ അദ്ദേഹത്തെ മഹാനാക്കി മാറ്റിയത്!

(മഹാന്മാരുടെ കഥകൾ)

3

ബഹുമതി

ഒരിക്കൽ കൃഷ്ണദേവരായർ വിജയനഗരത്തിലെ ഏറ്റവും വലിയ വിഡ്ഢിക്ക് നല്ലൊരു സമ്മാനം നൽകുമെന്ന് പ്രഖ്യാപിച്ചു. “ഈ സമ്മാനവും തെന്നാലി രാമനു തന്നെയായിരിക്കും!” കൊട്ടാരവാസികൾ സ്വകാര്യമായി പറഞ്ഞു.

എന്നാൽ അവരിൽ ചിലർ രാമന് സമ്മാനം കിട്ടാതിരിക്കാൻ കരുക്കൾ നീക്കി. തലേന്ന് രാമന്റെ വിശ്വസ്തനായ ഭൃത്യനെ അവർ സ്വാധീനിച്ചു. എന്നിട്ടോ? രാമനെ നന്നായി ഉറക്കാനുള്ള ഒരു മരുന്ന് ഏൽപ്പിച്ചു.

ഭൃത്യൻ വളരെ കൃത്യമായിതന്നെ തന്റെ ജോലി ചെയ്തു!

രാത്രി ഉറങ്ങും മുൻപ് പാലിൽ മരുന്നു ചേർത്ത് രാമനു നൽകി. പിറ്റേന്ന് നേരം പുലർന്നു. പക്ഷേ രാമൻ ‘ഖുർർ....’ എന്ന് അപ്പോഴും കൂർക്കം വലിച്ച് ഉറങ്ങുകയായിരുന്നു.

ഉച്ചയായപ്പോഴാണ് രാമൻ ഉണർന്നത്. ഉണർന്നയുടനെ രാമന് സമ്മാനക്കാര്യം ഓർമ്മവന്നു. പിന്നെ

വൈകിയില്ല, രാമൻ രാജകൊട്ടാരത്തിലേക്ക് ഓടി.

കൊട്ടാരത്തിൽ ചെന്നപ്പോൾ ആളുകൾ തടിച്ചു കൂടി നിൽക്കുന്നുണ്ടായിരുന്നു. ഇതിനിടയിൽ രാമന് ഒരു കാര്യം മനസിലായി – രാജാവ് അതുവരെ വിഡ്ഢിയെ തെരഞ്ഞെടുത്തില്ല!

രാമൻ വേഗം ആൾക്കൂട്ടത്തിനിടയിലൂടെ രാജാവി

ന്റെ അടുത്തെത്തി. രാമനെ കണ്ടതും രാജാവ് ഒറ്റച്ചിരി... "ഉം... താങ്കളൊരു മഹാവിഡ്ഢി തന്നെ! ഇവിടെ ഇത്ര വലിയൊരു സംഭവം നടക്കുന്നുണ്ടെന്നറിഞ്ഞിട്ടും രാവിലെ എത്തിയില്ലല്ലോ! ബുദ്ധിമാൻമാരാണെങ്കിൽ ഏതു കാര്യത്തിനും കൃത്യസമയത്തെത്തും!'' രാജാവു പറഞ്ഞു.

"ഇന്ന് ഞാനാ ബഹുമതി സ്വീകരിക്കുന്നു പ്രഭോ... വേഗം അടിയന് സമ്മാനം നൽകണേ, അങ്ങ് വിഡ്ഢിയായി പ്രഖ്യാപിക്കുന്ന ആൾക്കല്ലേ സമ്മാനം?"

ഇത്തവണ വിഡ്ഢിയായത് മറ്റുള്ളവരാണ്. അങ്ങനെ തെന്നാലിരാമനു തന്നെ ആ സമ്മാനവും കിട്ടി.

(തെന്നാലിരാമൻ കഥ)

4

സൗഹൃദം

ഗാന്ധിജിയും സുഹൃത്ത് കല്ലൻബാക്കും ഇംഗ്ലണ്ടിലേക്ക് കപ്പൽ യാത്ര ചെയ്യുകയായിരുന്നു. ദിവസങ്ങൾ നീളുന്ന യാത്ര...

ഒരു ദിവസം രാവിലെ ഗാന്ധിജി കപ്പലിന്റെ ഡക്കിലേക്ക് കയറിവരുമ്പോൾ ദൂരദർശിനിയുമായി നിൽക്കുന്ന കല്ലൻബാക്കിനെ കണ്ടു. അകലെയുള്ള ഏതോ ദൃശ്യം ആസ്വദിച്ച് നിൽക്കുകയായിരുന്നു അയാൾ. കാൽപ്പെരുമാറ്റം കേട്ട് അദ്ദേഹം തിരിഞ്ഞു നോക്കി.

"മി. ഗാന്ധി, താങ്കൾ ഈ ദൂരദർശിനി ശ്രദ്ധിച്ചോ? എത്ര മികച്ചതാണെന്നോ! കിലോമീറ്ററുകൾക്കപ്പുറത്തുള്ളതെന്തും വ്യക്തമായി കാണാം." കല്ലൻബാക്ക് പറഞ്ഞു.

ഗാന്ധിജി അതിന്റെ വില ചോദിച്ചു മനസിലാക്കി. അദ്ദേഹം തുടർന്നു, "നോക്കൂ കല്ലൻബാക്ക്, ഇതിന്റെ വില തന്നെയാണ് ഇതിലുള്ള താൽപര്യം എനിക്കു

നഷ്ടപ്പെടുത്തുന്നതും!"

"മി. ഗാന്ധി, താങ്കൾ പറയുന്നതിനോട് എനിക്ക് യോജിക്കാൻ ബുദ്ധിമുട്ടുണ്ട്!"

പിന്നീടത് തർക്കത്തിന് കാരണമായി. ഒടുവിൽ ഗാന്ധിജി പറഞ്ഞു – "സുഹൃത്തേ, നാം തമ്മിലുള്ള വഴക്കിന് കാരണമാകുന്നതിൽ ഭേദം ഈ ദൂരദർശിനി കടലിലേക്കു വലിച്ചെറിയുകയാണ്...!"

"തീർച്ചയായും... അത് വലിച്ചെറിഞ്ഞോളൂ!" ബാക്ക് പറഞ്ഞു.

കൂട്ടുകാരേ, ഗാന്ധിജി ആ ദൂരദർശിനി കടലിലേക്കെറിഞ്ഞു.

ദൂരദർശിനിയിലും മഹത്താണ് മഹാനായ ഗാന്ധിജിയുമായുള്ള സൗഹൃദമെന്ന് കല്ലൻബാക്കിന് അറിയാമായിരുന്നു.

(മഹാന്മാരുടെ കഥകൾ)

5

ക്ഷമ

പുല്ലുമേഞ്ഞു നിൽക്കുകയായിരുന്നു ഒരു കാള. പെട്ടെന്നാണ് പിന്നിലൊരു സിംഹം പ്രത്യക്ഷപ്പെട്ടത്. കാള ജീവനുംകൊണ്ടു പാഞ്ഞു. സിംഹത്താൻ പിന്നാലെയും.

പെട്ടെന്ന് കാള മുന്നിലൊരു ഗുഹ കണ്ടു. ചെറിയ ഗുഹയായിരുന്നെങ്കിലും ഞെങ്ങിഞെരുങ്ങി അവൻ അതിനുള്ളിൽ കയറിപ്പറ്റി. സിംഹം ഗുഹയ്ക്കു മുന്നിൽ കാവൽ നിന്നു.

ഗുഹയുടെ ഉള്ളിൽ കുറേ കാട്ടാടുകളായിരുന്നു താമസം. കാള തങ്ങളുടെ ഗുഹയിൽ കയറിയത് അവയ്ക്ക് ഇഷ്ടമായില്ല. കാട്ടാടുകൾ ഒന്നടങ്കം കാളയെ കുത്താനും തൊഴിക്കാനും തുടങ്ങി. കാളയാകട്ടെ ഒന്നും ചെയ്യാതെ എല്ലാം സഹിച്ച് നിന്നതേയുള്ളു. അതു കണ്ട് കാട്ടാടുകളുടെ നേതാവ് പരിഹാസത്തോടെ ചോദിച്ചു –

"പേടിത്തൊണ്ടാ, എവിടെ പോയി നിന്റെ ശക്തിയൊക്കെ?"

ഇതുകേട്ട കാള പറഞ്ഞു – "ഞാൻ നിങ്ങളെ തിരിച്ച് ആക്രമിക്കാത്തത് ശക്തിയില്ലാഞ്ഞിട്ടല്ല. എന്നേക്കാൾ ശക്തനായ സിംഹം ഗുഹയ്ക്കു പുറത്ത് കാത്തുനിൽപ്പുണ്ട്. വലിയ ആപത്ത് ഒഴിവാക്കാൻ ചെറിയ ആക്രമണങ്ങളൊക്കെ സഹിച്ചല്ലേ പറ്റൂ!"

(ഈസോപ്പു കഥ)

6

കുഴപ്പമില്ല

ജവഹർലാൽ നെഹ്റു ഇന്ത്യൻ പ്രധാനമന്ത്രി യായിരുന്ന കാലം. ഒരിക്കൽ അദ്ദേഹം ഭ്രാന്താശുപത്രി സന്ദർശിക്കാനെത്തി.

ആശുപത്രി വളപ്പിൽ ചുറ്റിനടക്കുന്നതിനിടയി ലാണ് നെഹ്റു അത് ശ്രദ്ധിച്ചത്. അസുഖം ഭേദമായെന്ന് ഡോക്ടർ പറഞ്ഞവരിൽ ഒരാൾ ചുമരിൽ ചെവി ചേർ ത്തുപിടിച്ചു നിൽക്കുന്നു.

നെഹ്റു അദ്ദേഹത്തിനരികിലെത്തി സ്വയം പരിചയപ്പെടുത്തി – "ഞാൻ ജവഹർലാൽ നെഹ്റു... ഇന്ത്യയുടെ പ്രധാനമന്ത്രി!"

അതുകേട്ടപ്പോൾ അയാൾ കുറച്ചുനേരം നെഹ്റു വിനെത്തന്നെ സൂക്ഷിച്ചു നോക്കിക്കൊണ്ടു നിന്നു. പിന്നീട് ഉറക്കെ പൊട്ടിച്ചിരിക്കാൻ തുടങ്ങി.

"എന്തിനാ നിങ്ങളിങ്ങനെ പൊട്ടിച്ചിരിക്കുന്നത്?" നെഹ്റു ചോദിച്ചു.

"സാറേ, അതൊന്നും സാരമില്ല... ഗാന്ധിജി

യാണെന്നു പറഞ്ഞാ ഞാൻ ഇവിടെയെത്തിയത്. കുഴപ്പമില്ലന്നേ... ഇതൊരു ആറുമാസംകൊണ്ടു മാറിക്കൊള്ളും!"

(മഹാന്മാരുടെ കഥകൾ)

7

കച്ചവടം

കഴുതകളെ വിൽക്കുന്ന ഒരു ചന്തയുണ്ടായിരുന്നു. പലരും അവിടെ കഴുതകളെ വിൽക്കാൻ കൊണ്ടുവരും. അക്കൂട്ടത്തിൽ ഹോജയും ഉണ്ടായിരുന്നു. മറ്റുള്ളവരേക്കാൾ കുറഞ്ഞ വിലയ്ക്കാണ് ഹോജ കഴുതയെ വിറ്റിരുന്നത്. കുറഞ്ഞ ആഹാരം കൊടുത്തിരുന്നവർക്കു കൂടി ഇത്ര ചുരുങ്ങിയ പണത്തിന് കഴുതയെ വിൽക്കാൻ കഴിഞ്ഞിരുന്നില്ല.

മറ്റു കച്ചവടക്കാർക്ക് അത്ഭുതമായി. ഹോജയുടെ വ്യാപാര രഹസ്യം അറിയണമെന്ന് അവർക്ക് ആഗ്രഹമുണ്ടായി. "ഹോജാ, ചുരുങ്ങിയ ചെലവിൽ കഴുതയെ പോറ്റിയിട്ടും ഞങ്ങൾക്ക് അങ്ങു വിൽക്കുന്നതുപോലെ കഴുതയെ വിൽക്കാൻ പറ്റുന്നില്ലല്ലോ! എന്താണ് അങ്ങയുടെ വ്യാപാര രഹസ്യം?"

ഹോജ പൊട്ടിച്ചിരിച്ചു... "നിങ്ങൾ ചുരുങ്ങിയ ചെലവിൽ കഴുതയെ പോറ്റുന്നു. വിൽക്കുന്നു. എനിക്കാണെങ്കിൽ പോറ്റാനുള്ള ചെലവേ ഇല്ല..."

കുറച്ചു നിർത്തിയ ശേഷം അദ്ദേഹം തുടർന്നു –

"ഞാൻ കഴുതകളെ മോഷ്ടിച്ചാണ് കച്ചവടം നടത്തുന്നത്!"

കച്ചവടക്കാർ അന്തംവിട്ടു നിന്നുപോയി.

(ഹോജാ കഥ)

8

പുതപ്പ്

ബുദ്ധിശക്തിയിൽ വീർബലിനെ ജയിക്കാൻ മറ്റു പണ്ഡിതന്മാർക്കൊന്നും കഴിഞ്ഞിരുന്നില്ല. അതു കൊണ്ട് വീർബലിനെ ഓടിക്കാനുള്ള തന്ത്രങ്ങൾ അവർ ചിന്തിച്ചു കൊണ്ടിരുന്നു.

അക്ബർ ചക്രവർത്തി ഇതു മനസിലാക്കി. പണ്ഡിതന്മാരെ ഒരു പാഠം പഠിപ്പിക്കണമെന്ന് ചക്രവർത്തി തീരുമാനിച്ചു.

ഒരു ദിവസം തന്റെ വിശ്രമ മുറിയിലേക്ക് പണ്ഡിതന്മാരെ വിളിച്ചു വരുത്തി ചെറിയൊരു പുതപ്പ് നിവർത്തിക്കാട്ടിയ ശേഷം ചക്രവർത്തി പറ ഞ്ഞു: "നാം ഈ കട്ടിലിൽ കിടക്കാൻ പോവുകയാണ്. ഈ പുതപ്പു കൊണ്ട്

നമ്മുടെ പാദം മുതൽ തലവരെ മൂടണം. ദേഹത്തിന്റെ ചെറിയ ഭാഗം പോലും പുറത്തു കാണരുത്. ഉം... വേഗമാകട്ടെ, ആർക്കാണ് ഏറ്റവും അധികം ബുദ്ധിയെന്ന് അറിയണമല്ലോ!"

ചക്രവർത്തി കട്ടിലിൽ നിവർന്നു കിടന്നു. ഒരു പണ്ഡിതൻ പുതപ്പുമായി ചക്രവർത്തിയെ സമീപിച്ചു പുതപ്പിച്ചു നോക്കി. മുട്ടിനു കീഴെ വെളിയിൽ! പണ്ഡിതൻ തോറ്റു പിൻവാങ്ങി...

രണ്ടാമത്തെ പണ്ഡിതൻ ശ്രമം തുടങ്ങി. അയാളും പരാജയപ്പെട്ടു. എല്ലാ പണ്ഡിതന്മാരും രാജാവിനെ പുതപ്പിക്കുന്നതിൽ പരാജിതരായി. ഒടുവിൽ വീർബൽ രംഗത്തെത്തി.

വീർബൽ പുതപ്പ് നിവർത്തിപ്പിടിച്ചു. ചക്രവർത്തിയുടെ ദേഹവുമായി തട്ടിച്ചുനോക്കുമ്പോൾ ചെറുതാണ്. അപ്പോൾ ഒറ്റ വഴിയേയുള്ളു... "പ്രഭോ! അങ്ങ് ചരിഞ്ഞു കിടക്കൂ..." വീർബൽ അപേക്ഷിച്ചു.

ചക്രവർത്തി ചരിഞ്ഞു കിടന്നു. ഉടനെ വീർബൽ ചക്രവർത്തിയുടെ മുട്ടുകൾ പിടിച്ചു മടക്കി കാൽപ്പാദം മേലോട്ട് ചേർത്തുവച്ചു.

"നീയെന്താ ഈ കാട്ടുന്നത്? ചക്രവർത്തിയുടെ കാൽമുട്ട് പിടിച്ചൊടിക്കാൻ പേടിയില്ലേ വീർബൽ?"

"പ്രഭോ, പേടിയൊന്നുമില്ല! പുതപ്പുള്ളത്രയേ കാലുനീട്ടാവൂ എന്നൊരു പഴഞ്ചൊല്ലുണ്ട്! അങ്ങയ്ക്കും ഇതറിയണമല്ലോ!"

ചുരുണ്ടു കിടക്കുന്ന രാജാവിനെ വീർബൽ പുതപ്പുകൊണ്ടു മൂടി. പണ്ഡിതന്മാർ അന്തംവിട്ടു നിന്നുപോയി.

(വീർബൽ കഥ)

9

പാക്കനാരുടെ ചിരി

മുളങ്കാട്. ഏകനായി മുള വെട്ടിക്കൊണ്ടിരിക്കുകയാണദ്ദേഹം... പറയിപെറ്റ പന്തിരുകുലത്തിൽപെട്ട മഹാപുരുഷന്മാരിലൊരാൾ, പാക്കനാർ. ആ കാഴ്ച കണ്ട് അദ്ദേഹം നടുങ്ങി... അടുത്ത നിമിഷം...

“അമ്മേ... ആളെക്കൊല്ലി, ആളെക്കൊല്ലി...” പാക്കനാർ വിളിച്ചു പറഞ്ഞുകൊണ്ട് ഓടി.

കുറേ ദൂരം ചെന്നപ്പോൾ, എതിരെ മൂന്നു മരം വെട്ടുകാർ. പാക്കനാരുടെ വരവ് കണ്ട് അവർ അന്തം വിട്ടു നിന്നു.

“ആളെക്കൊല്ലി! അതെന്തു ജീവിയാണോ...! വാ നമുക്കൊന്നു നോക്കാം...” മരംവെട്ടുകാർ മൂന്നു പേരും പാക്കനാർ ചൂണ്ടിയ ദിക്കിലേക്കു നടന്നു.

സമയം കടന്നുപോയി. അതിനകം പാക്കനാർ നാട്ടിൻപുറത്ത് എത്തിയിരുന്നു. “ദാ... ആളെക്കൊല്ലി... ആളെക്കൊല്ലി...” അലറിവിളിച്ചുകൊണ്ടു വരുന്ന പാക്കനാരെ കണ്ട് ഗ്രാമവാസികൾ അമ്പരന്നു.

ചിലർ പാക്കനാരെ തടഞ്ഞുനിർത്തി ചോദിച്ചു – "എന്ത്? ആളെക്കൊല്ലിയോ! എവിടെ പാക്കനാരേ?"

"അവിടെ... മുളങ്കാട്ടിനിടയിൽ! സംശയമുണ്ടെങ്കിൽ കാണിച്ചുതരാം. വാ..."

ഗ്രാമവാസികളും പാക്കനാരും കാട്ടിലേക്കു നടന്നു.

കാട്ടിൽ കണ്ട കാഴ്ച, കണ്ണഞ്ചിപ്പിക്കുന്ന പ്രഭയോടെ വലിയൊരു നിധികുംഭം!

"നമ്മൾ രക്ഷപ്പെട്ടു. എന്തായാലും ഇതു കണ്ടിട്ടോടിയ അയാളൊരു വിഡ്ഢിതന്നെ!" മരംവെട്ടുകാർ ആർത്തുവിളിച്ചു.

"ചിലപ്പോൾ ഇത്രയും സ്വർണ്ണവും രത്നവുമൊക്കെ കണ്ടിട്ട് ബുദ്ധിഭ്രമം സംഭവിച്ചതാകും... നമുക്കിത് തുല്യമായി വീതിച്ചെടുക്കാം!" മരംവെട്ടുകാർ മൂവരും നിധികുംഭത്തിനു ചുറ്റുമിരുന്നു. പക്ഷേ അവർ ഓരോരുത്തരും അപ്പോൾ ചിന്തിച്ചതെന്തെന്നോ?

എങ്ങനെയെങ്കിലും ഇവരെ ഒഴിവാക്കിയാൽ നിധി മുഴുവൻ തനിക്ക്...

"കൂട്ടുകാരാ, നീ പോയി പുഴയോരത്തുനിന്ന് നമ്മുടെ ഭക്ഷണപ്പൊതി ഇരിക്കുന്ന ഭാണ്ഡവുമായി വാ... അപ്പോഴേക്കും ഞങ്ങളിത് വീതിക്കാം..." ആദ്യത്തെ രണ്ടുപേരും മൂന്നാമനോടു പറഞ്ഞു.

അങ്ങനെ ഒരാൾ ഭക്ഷണപ്പൊതിയെടുക്കാൻ യാത്രയായി. ഭാണ്ഡവുമെടുത്ത് തിരിച്ചു നടക്കുമ്പോഴാണ് അയാളിലെ ദുഷ്ടബുദ്ധി ഉണർന്നത്!

"അവൻമാരെ രണ്ടിനേം ഇല്ലാതാക്കണം!" അയാൾക്ക് ഉഗ്രവിഷമുള്ള ഒരുതരം കായകിട്ടി. പിന്നെ വൈകാതെ അയാൾ അത് ഇടിച്ചുപിഴിഞ്ഞ് ഭക്ഷണ

ത്തിൽ കലർത്തി. അങ്ങനെ വിഷമയമായ ഭക്ഷണവുമായി അയാൾ കൂട്ടുകാരുടെ അടുത്തേക്ക് പോയി.

ഈ സമയം... നിധികുംഭത്തിനടുത്ത്...! മൂന്നാമൻ പോയതും മറ്റുരണ്ടുപേരും പരസ്പരം ഇല്ലാതാക്കുന്നതിനെപ്പറ്റി ചിന്തിച്ചു...

ഒന്നാമൻ അടുത്തുകിടന്നിരുന്ന മഴുവെടുത്ത് ചങ്ങാതിയുടെ തലയ്ക്ക് 'പ്ധിം...' എന്നൊരടി കൊടുത്തു. നിലവിളിയോടെ പിടഞ്ഞുവീണ അയാൾ നിമിഷങ്ങൾക്കുള്ളിൽ അന്ത്യശ്വാസം വലിച്ചു.

അയാൾ മഴുവുമായി മറഞ്ഞുനിന്നു. ഏറെക്കഴിയുംമുമ്പ് മൂളിപ്പാട്ടും പാടി ഭക്ഷണപ്പൊതിയുമായി മൂന്നാമനെത്തി. അയാൾ മരച്ചുവട്ടിലെത്തിയതും 'പ്ധിം...' മഴുകൊണ്ടുള്ള ശക്തമായ അടിയേറ്റ് അയാളും വീണു.

'ഇനി ആദ്യം ഭക്ഷണം... എന്നിട്ടാവാം ഗ്രാമത്തിലേക്കുള്ള യാത്ര' ഒന്നാമൻ ഭക്ഷണപ്പൊതി അഴിച്ചു. ചങ്ങാതി നേരത്തെതന്നെ അതിൽ വിഷം ചേർത്തിരുന്നതറിയാതെ അയാൾ ആർത്തിയോടെ ഭക്ഷണം വാരിക്കഴിച്ചു.

നിമിഷങ്ങൾക്കകം അയാൾ കുഴഞ്ഞുവീണു. വൈകാതെ ശ്വാസം നിലച്ചു!

ആ സമയത്താണ് ഗ്രാമവാസികളും പാക്കനാരും വരുന്നത്... "അതാ ആളെക്കൊല്ലി... ഞാൻ പറഞ്ഞ ആളെക്കൊല്ലി!" പാക്കനാർ വിളിച്ചു പറഞ്ഞു.

വലിയൊരു നിധികുംഭവും അടുത്ത് മൂന്നു ശവശരീരങ്ങളും കണ്ട് പാക്കനാരോടൊപ്പമുണ്ടായിരുന്നവർ ഞെട്ടിത്തരിച്ചു.

ഹ...ഹ...ഹ... പാക്കനാർക്ക് ചിരിയടക്കാൻ കഴിഞ്ഞില്ല കേട്ടോ!

(ഐതിഹ്യകഥ)

10

കറുമ്പിക്ക് പറ്റിയ പറ്റ്

ഒരിടത്ത് കറുമ്പി എന്നൊരു കാക്കയുണ്ടായിരുന്നു. സുന്ദരിയാണെന്നാണ് അവളുടെ വിചാരം. അതുകൊണ്ടുതന്നെ അവൾ കൂട്ടുകാരോടൊന്നും മിണ്ടാറില്ല.

ഒരു ദിവസം അവൾ തീറ്റതേടി പോയി. വഴിയിൽക്കിടന്ന് അവൾക്ക് ഒരു സ്വർണമാല കിട്ടി. 'ഹായ് ഈ മാലയിട്ടാൽ ഞാൻ കൂടുതൽ സുന്ദരിയാകും' കറുമ്പി വിചാരിച്ചു. അവൾ വേഗം കൂട്ടിലെത്തി മാല ഇട്ടുനോക്കി.

മാലയുടെ ഭംഗികണ്ട് കൂട്ടുകാർ അവളുടെ അടുത്തെത്തി. "കറുമ്പീ, ഈ മാലയ്ക്ക് എന്തൊരു ഭംഗിയാ! ഞങ്ങളും ഇതൊന്ന് ഇട്ടു നോക്കട്ടെ!" അവർ ചോദിച്ചു.

"ഹും, എന്നെപ്പോലെയുള്ള സുന്ദരികൾക്കു മാത്രം ധരിക്കാനുള്ളതാണീ മാല." ഇതുകേട്ട അവളുടെ കൂട്ടുകാരെല്ലാം വിഷമത്തോടെ കൂടുകളിലേക്കു പറന്നുപോയി.

കറുമ്പി വേഗം അടുത്തുള്ള പുഴയുടെ തീരത്തേക്ക് പറന്ന് വെള്ളത്തിലേക്കുനോക്കി – "ഹായ്, ഹായ്... മാലയിട്ട എന്നെക്കാണാൻ ഇപ്പോ എന്തു രസാ...!" കുറേനേരം വെള്ളത്തിലേക്കു നോക്കിയിരുന്നിട്ട് അവൾ കൂട്ടിലേക്കു തിരിച്ചുപോന്നു.

കുറച്ചു കഴിഞ്ഞപ്പോൾ കറുമ്പിക്ക് പിന്നേം തന്റെ മുഖം കാണാൻ കൊതിയായി. അവൾ പുഴക്കരയിൽ ചെന്ന് വെള്ളത്തിലേക്കു നോക്കി – "ഹായ്, ഈ മാല എനിക്ക് എന്തൊരു ചേർച്ചയാ...!" അവൾ പറഞ്ഞു. പെട്ടെന്ന് അവളുടെ കഴുത്തിലണിഞ്ഞ മാല 'ബ്ലും...' എന്ന് വെള്ളത്തിൽ വീണു. ഇതുകണ്ട കൂട്ടുകാരൊക്കെ അവളെ കളിയാക്കിച്ചിരിച്ചു. കറുമ്പി നാണിച്ച് ദൂരേക്ക് പറന്നുപോയി.

(കുട്ടിക്കഥ)

11

പൂച്ചയെവിടെ? ഇറച്ചിയെവിടെ?

ഹോജ ഒരു ദിവസം കുറേ ആട്ടിറച്ചി വാങ്ങി ഭാര്യയെ ഏൽപ്പിച്ചിട്ട് പാകപ്പെടുത്തിവെക്കാൻ പറഞ്ഞു. ഹോജയെപ്പോലെ ഭക്ഷണപ്രിയ ആയിരുന്ന അദ്ദേഹത്തിന്റെ ഭാര്യ കൊതിമൂത്ത് പൊരിച്ച ഇറച്ചി കുറേശ്ശെ എടുത്തു തിന്നാൻ തുടങ്ങി. ഒടുവിൽ ഇറച്ചി മുഴുവൻ തീർന്നു. അവരപ്പോഴാണ് സംഗതിയുടെ ഗൗരവം മനസിലാക്കിയത് – ഹോജയോട് എന്താ പറയ്വാ? പെട്ടുപോയല്ലോ!

അപ്പോഴേക്കും ഹോജയെത്തി. മസാലയിൽ പൊരിച്ചെടുത്ത ആട്ടിറച്ചി റൊട്ടിചേർത്ത് തിന്നുന്നതും സ്വപ്നം കണ്ടുകൊണ്ടായിരുന്നു ഹോജയുടെ വരവ്.

"ഭയങ്കര വിശപ്പ് ട്ടോ... ഭക്ഷണമെടുത്തോളൂ–" ഹോജ പറഞ്ഞു.

"പിന്നേയ്... നോക്കൂ, നിങ്ങൾ കൊണ്ടുവന്നു തന്ന ഇറച്ചിയെല്ലാം പൂച്ച തിന്നു!" ഭാര്യ പേടിച്ചു പേടിച്ച് പറഞ്ഞു.

ഹോജ ഒന്നും മിണ്ടാതെ എഴുന്നേറ്റുപോയി പൂച്ചയെ പിടിച്ച് ത്രാസിൽ വെച്ചു തൂക്കം നോക്കി. പൂച്ചക്ക് താൻ വാങ്ങിയ ഇറച്ചിയേക്കാൾ തൂക്കം കുറവാണെന്നു കണ്ട ഹോജ ഭാര്യയോടു ചോദിച്ചു –''നന്ദിയില്ലാത്തവളെ, ഇതാണ് ഇറച്ചിയുടെ തൂക്കമെങ്കിൽ പൂച്ചയെവിടെ? അതല്ല, പൂച്ചയുടെ തൂക്കം ഇതാണെങ്കിൽ ഇറച്ചിയെവിടെ?''

(ഹോജാക്കഥ)

12

ചേട്ടൻ

കുട്ടിക്കാലത്ത് ഗാന്ധിജി ഒരിക്കൽ ഏതോ പഴം പറിക്കാനായി ഒരു മരത്തിൽ കയറി. ഇതുകണ്ട് ഗാന്ധിജിയുടെ ജ്യേഷ്ഠൻ അദ്ദേഹത്തെ വലിച്ചു താഴെയിറക്കി ചുട്ട അടികൊടുത്തു. ഗാന്ധിജി കരഞ്ഞുകൊണ്ട് അമ്മയുടെ അടുത്തെത്തി.

കാര്യം അറിഞ്ഞപ്പോൾ അമ്മ പറഞ്ഞു – "ശരി, എന്നാൽ നീ അവനേയും അടിച്ചോളൂ..."

ഗാന്ധിജി അമ്പരന്നുകൊണ്ട് അമ്മയോട് ഇങ്ങനെ പറഞ്ഞു – "അയ്യേ, അമ്മ എന്താണീ പറയുന്നത്? ചേട്ടൻ എന്നേക്കാൾ വലുതല്ലേ... അടിക്കുന്നവരെ അമ്മ തടയുകയല്ലേ വേണ്ടത്? അടികൊണ്ടവരെ അടിക്കാൻ പഠിപ്പിക്കുകയാണോ ചെയ്യുക?"

(മഹാന്മാരുടെ കഥകൾ)

13

കുറുക്കനും ചെന്നായും

കുറുക്കനെ ചെള്ളുകൾ ശല്യപ്പെടുത്തിക്കൊണ്ടിരുന്നു. അവയെ ഓടിക്കാൻ കുറുക്കൻ ഒരു ഉപായം കണ്ടുപിടിച്ചു. അത് പുഴയ്ക്കടുത്ത് ചെന്നുനിന്ന് വാൽ കുറേശ്ശെ വെള്ളത്തിൽ മുക്കി. ചെള്ളുകൾ അവന്റെ വാലിൽ നിന്നു മുതുകിലേക്ക് ചാടിക്കയറി. കുറുക്കൻ തന്റെ പിൻകാലുകൾ വെള്ളത്തിൽ മുക്കി.

ചെള്ളുകൾ കുറുക്കന്റെ പുറത്തുനിന്ന് അവന്റെ കഴുത്തിലേക്കും തലയിലേക്കും ചാടിക്കയറി. കുറുക്കൻ തലയൊഴിച്ച് ബാക്കി മുഴുവൻ ഭാഗവും വെള്ളത്തിൽ മുക്കി. ചെള്ളുകൾ മുഴുവൻ അവന്റെ മോന്തയിൽ കൂട്ടം കൂടിയിരുന്നു. പിന്നീട് കുറുക്കൻ വെള്ളത്തിനടിയിലേക്ക് മുങ്ങി. ചെള്ളുകൾ കരയിലേക്ക് ചാടിക്കയറി. കുറുക്കൻ പുഴയുടെ കുറേ മുകളിൽ ഒരിടത്ത് പൊങ്ങി കരയ്ക്കു കയറി.

ചെന്നായ ഇതുകണ്ടു. താനിത് കുറേക്കൂടി മെച്ചമായി ചെയ്യുമല്ലോ എന്നവൻ തീരുമാനിച്ചു. അവൻ നേരെ

വെള്ളത്തിലേക്കു ചാടി. മുങ്ങാംകുഴിയിട്ട് അടിത്തട്ടി ലെത്തി. അവിടെ വളരെനേരം കിടന്നു. തന്റെ ദേഹ ത്തുള്ള ചെള്ളുകൾ മുഴുവൻ മുങ്ങിച്ചത്തുപോകു മെന്നാണ് അവൻ വിചാരിച്ചത്! എന്നാൽ അവൻ കരയ്ക്കു കയറിയപ്പോൾ ചെള്ളുകൾക്ക് വീണ്ടും ജീവൻവച്ചു. അവ വീണ്ടും അവനെ കടിച്ചുതുടങ്ങി.

(ടോൾസ്റ്റോയ് കഥ)

14

പേടി

ഒരു കാട്ടിൽ ഒരു മുയലുണ്ടായിരുന്നു. അവന് കൂട്ടുകാർ ആരും ഉണ്ടായിരുന്നില്ല. അതുകൊണ്ട് തന്നെ പേടിച്ചുപേടിച്ചാണ് അവൻ എപ്പോഴും കഴിഞ്ഞിരുന്നത്.

ഒരു ദിവസം മുയൽ മാളത്തിലിരിക്കുകയായിരുന്നു. അപ്പോൾ അവൻ പുറത്ത് എന്തോ ശബ്ദം കേട്ടു. പേടിച്ചുവിറച്ച മുയൽ അവിടെത്തന്നെ ഇരുന്ന് സങ്കടത്തോടെ ഇങ്ങനെ വിചാരിച്ചു – 'കഷ്ടം തന്നെ! മുയലിനെപ്പോലെ സങ്കടവും വിഷമവും ഇത്രയേറെ അനുഭവിക്കേണ്ട ജീവികൾ വേറെയില്ല! ചെന്നായും കുറുക്കനും പിടിക്കാൻ വരുന്നോ എന്നു നോക്കണം... ആനയുടെയും കാട്ടുപോത്തിന്റെയും ചവിട്ടു കിട്ടാതെ നോക്കണം, പരുന്തിനെയും കഴുകനെയും വേട്ടക്കാരനേയും പേടിക്കണം...'

കുറേക്കഴിഞ്ഞ് അവൻ മാളത്തിൽ നിന്നിറങ്ങി. ആരുമില്ലെന്ന് ഉറപ്പുവരുത്തിയിട്ട് കറുകപ്പുല്ലുള്ള ഒരു കുന്നിലേക്ക് ഓടി. പോകുന്നവഴിയിൽ മുയൽ പാഞ്ഞുവരുന്ന ശബ്ദംകേട്ട് കരയിലിരുന്ന തവളകൾ പേടിച്ച് വെള്ളത്തിലേക്കു ചാടി.

'ങേ, തന്നെക്കണ്ടാൽ പോലും പേടിച്ചു പായുന്ന ജീവികളോ?' മുയൽ അമ്പരന്നു. അലോചിച്ചപ്പോൾ എല്ലാ ജീവികളും മറ്റെന്തിനെയെങ്കിലുമൊക്കെ പേടിക്കുന്നുണ്ടെന്ന് മുയലിന് മനസിലായി. അവൻ ശ്രദ്ധയോടെ മുന്നോട്ടു നടന്നു. അപ്പോൾ അവന്റെ മനസിൽ പേടിയില്ലായിരുന്നു!

(ഉണ്ണിക്കഥ)

15

ബാക്കി പറയാൻ

ഒരു ദിവസം ഹോജ കുളിക്കാൻ പോവുകയായിരുന്നു. വഴിക്കുവെച്ച് അദ്ദേഹത്തിന്റെ കൂട്ടുകാർ അദ്ദേഹത്തെ തടഞ്ഞുനിർത്തി നിർബന്ധിച്ചു–

“ഹോജാ, ഒരു കഥ പറയണം... കഥ പറയാതെ ഞങ്ങൾ വിടില്ല!”

കഥ പറയാൻ രസമില്ലാത്ത നേരം. പക്ഷേ, കൂട്ടുകാരുണ്ടോ വിടുന്നു? അവസാനം ഹോജ നിലത്തിരുന്ന് ഇങ്ങനെ കഥ തുടങ്ങി – “ഒരിക്കൽ നസറുദ്ദീൻ ഹോജ കുളിക്കാൻ പോയി!”... ഇത്രയും പറഞ്ഞ് അദ്ദേഹം എഴുന്നേറ്റ് നടന്നു തുടങ്ങി. കൂട്ടുകാർ പുറകെയും!

“ഹോജാ, ബാക്കി പറയൂ..., കുളിക്കാൻ പോയിട്ട്?”

“ആർക്കറിയാം, എന്റെ കൂട്ടുകാരേ, ബാക്കി പറയണമെങ്കിൽ നിങ്ങൾ ആളെ ഇവിടെ പിടിച്ചു വച്ചാൽ പറ്റുമോ?”

ഉടനെ കൂട്ടുകാർ ഹോജായെ വിട്ടയച്ചു.

(ഹോജാക്കഥ)

16

ചാച്ചാജിയുടെ സ്റ്റൈൽ

ചാച്ചാ നെഹ്റു ഒരിക്കൽ യൂറോപ്പിൽ സന്ദർശനം നടത്തുകയായിരുന്നു. ഇതിനിടയിൽ അദ്ദേഹം അവിടത്തെ പേരുകേട്ട ഒരു വിദ്യാലയത്തിലെത്തി. അപ്പോഴാണ് വളരെ രസകരമായ ഒരു വാർത്ത അദ്ദേഹത്തിന്റെ ശ്രദ്ധയിൽപ്പെട്ടത്–

ആരെല്ലാം ചിരിപ്പിക്കാൻ ശ്രമിച്ചാലും എത്ര വലിയ തമാശകൾ കേട്ടാലും ചിരിവരാത്ത ഒരു കുട്ടി അവിടെ പഠിക്കുന്നുണ്ടത്രേ! നെഹ്റുവിന് ആ കുട്ടിയെ ഒന്നു കാണണമെന്ന് അതിയായ ആഗ്രഹം തോന്നി. "ഏതു ക്ലാസിലാണ് ആ കൊച്ചുമിടുക്കൻ പഠിക്കുന്നത്? എനിക്ക് അവനെയൊന്നു കാണണം!" നെഹ്റു അവിടെയുള്ള അധ്യാപകരോട് സൂചിപ്പിച്ചു.

അവർ അദ്ദേഹത്തെ അവന്റെ ക്ലാസ്മുറിയിലേക്ക് കൊണ്ടുപോയി. അദ്ദേഹം അവിടെ ധാരാളം തമാശകൾ പൊട്ടിച്ചു. അതുകേട്ട് ഒരാളൊഴികെ എല്ലാ കുട്ടികളും 'കുടുകുടാ'യെന്നു ചിരിക്കുകയും

ചെയ്തു. എന്നാൽ ഗൗരവക്കാരനായ കുട്ടി അതൊന്നും ഗൗനിച്ചതേയില്ല.

നെഹ്റു കുറേനേരം അവന്റെ അരികിൽ പോയിരുന്നു. വീണ്ടും പല പല തമാശകൾ പറഞ്ഞു. പക്ഷേ അവനിൽ യാതൊരു ഭാവമാറ്റവും കണ്ടില്ല. എന്നാലും അവനെ ചിരിപ്പിച്ചേ അടങ്ങൂ എന്ന മട്ടിൽ അദ്ദേഹം കുറേനേരം അവിടെ ചുറ്റിപ്പറ്റി നിന്നു. ഒടുവിൽ ഒരു പൊടിക്കൈ പ്രയോഗിച്ചു. അതെന്തായിരുന്നെന്നോ?

അദ്ദേഹം തന്റെ തലയിലിരുന്ന ഖദർ തൊപ്പി കൈയിലെടുത്തു. പിന്നെ പോക്കറ്റിൽ നിന്നും ഒരു ചീപ്പെടുത്ത് മരുഭൂമി പോലുള്ള തന്റെ കഷണ്ടിത്തലയിൽ പ്രത്യേക സ്റ്റൈലിൽ ചീകാൻ തുടങ്ങി... ഇതു കണ്ടപ്പോൾ ക്ലാസിലുള്ള മുഴുവൻ കുട്ടികളും ഒന്നടങ്കം കുലുങ്ങിച്ചിരിച്ചു. അവരുടെ ചിരിയും ചാച്ചാജിയുടെ ഈ 'സ്റ്റൈലാ'ക്കലും കണ്ട് ചിരിക്കാത്ത കുട്ടിയും പെട്ടെന്ന് പൊട്ടിച്ചിരിച്ചു!

കൂട്ടുകാരേ, ഇതുകണ്ടപ്പോൾ ചാച്ചാജിക്കുണ്ടായ സന്തോഷം എത്ര വലുതായിരുന്നുവെന്ന് പറയാതെ തന്നെ ഊഹിക്കാമല്ലോ!

(മഹാന്മാരുടെ കഥകൾ)

17

കുരങ്ങനും മുതലയും

എല്ലാ കാലത്തും നല്ല സ്വാദും വാസനയുമുള്ള പഴങ്ങൾ തരുന്നതും പുഴയുടെ തീരത്ത് സ്ഥിതി ചെയ്യുന്നതുമായ ഒരു വൃക്ഷത്തിൽ ഒരു കുരങ്ങൻ താമസിച്ചിരുന്നു.

ഒരു ദിവസം ഒരു മുതല ആ വൃക്ഷത്തിന്റെ ചുവട്ടിൽ എത്തി. മുതലയെ സ്വാഗതം ചെയ്തുകൊണ്ട് കുരങ്ങൻ അവന് കുറേ പഴങ്ങൾ എറിഞ്ഞുകൊടുത്തു. ദിവസവും മുതല അവിടെ വരികയും കുരങ്ങൻ കുറച്ച് പഴങ്ങൾ കൊടുക്കുകയും പതിവായി. ക്രമേണ അവർ ഉറ്റമിത്രങ്ങളായിത്തീർന്നു.

ചിലപ്പോൾ മുതല അൽപ്പം പഴം തന്റെ ഭാര്യയ്ക്ക് കൊണ്ടുപോയി കൊടുത്തുകൊണ്ടിരുന്നു. അവ വളരെ സ്വാദുള്ളതായിരുന്നതുകൊണ്ട് കുരങ്ങന്റെ ഹൃദയം തേൻ കൊണ്ടുണ്ടാക്കിയതായിരിക്കുമെന്ന് ആ പെൺമുതല വിശ്വസിക്കുകയും തന്റെ പ്രിയതമനോട് തനിക്ക് ആ കുരങ്ങന്റെ ഹൃദയം എങ്ങനെ

യെങ്കിലും കൊണ്ടുവന്ന് തരണമെന്ന് അഭ്യർഥിക്കുകയും ചെയ്തു.

ആ അഭ്യർഥന തനിക്കു സ്വീകാര്യമല്ലെന്നു പറഞ്ഞപ്പോൾ തനിക്ക് അത് കിട്ടിയില്ലെങ്കിൽ താൻ പട്ടിണികിടന്ന് മരിക്കുമെന്ന് അവൾ ഭീഷണിപ്പെടുത്തി. അടുത്തദിവസം വ്യസനത്തോടെ മുതലയെ വൃക്ഷത്തിന്റെ ചുവട്ടിൽ കണ്ടപ്പോൾ കുരങ്ങൻ

വ്യസനത്തോടെ കാരണമന്വേഷിച്ചു. ഇത്ര മധുരമുള്ള പഴങ്ങൾ തരുന്ന കുരങ്ങൻ അവരുടെ വീട്ടിലേക്ക് വരാത്തതാണ് അതിനു കാരണമെന്ന് മുതല പറഞ്ഞപ്പോൾ കുരങ്ങൻ അവരുടെ വീട്ടിലേക്ക് ചെല്ലാമെന്ന് സമ്മതിക്കുകയും മുതലയുടെ പുറത്ത് കയറി അവരുടെ വീട്ടിലേക്ക് പുറപ്പെടുകയും ചെയ്തു.

ഇടയ്ക്ക് യാത്രയുടെ വേഗത കുറയ്ക്കണമെന്ന് കുരങ്ങൻ അഭ്യർഥിച്ചപ്പോൾ കുരങ്ങനെ കൊന്ന് അവന്റെ ഹൃദയം തന്റെ പ്രിയപത്നി ഉടനെ തിന്നാൻ പോകുകയാണെന്ന് മുതല പറഞ്ഞു. തന്റെ ഹൃദയം മരത്തിന്റെ ഒരു പൊത്തിൽ സൂക്ഷിച്ചിരിക്കയാണെന്നും അത് വേണമെങ്കിൽ മടങ്ങിപ്പോയാൽ താൻ എടുത്തു തരാമെന്നും കുരങ്ങൻ പറഞ്ഞപ്പോൾ മുതല ഉടനെ തിരികെ നീന്താൻ തുടങ്ങി. വരണ്ട തീരത്ത് എത്തിയപ്പോൾ കുരങ്ങൻ മുതലയുടെ പുറത്ത് നിന്നും ചാടിയിറങ്ങി മരത്തിന്മേൽ കയറി. ആർക്കും രണ്ട് ഹൃദയം ഇല്ലെന്നു പറഞ്ഞ് കുരങ്ങൻ മുതലയെ കളിയാക്കി. കുരങ്ങൻ പിന്നേയും കുറേ വർഷങ്ങൾ ആ വൃക്ഷത്തിന്മേൽ സുഖമായി ജീവിച്ചു കേട്ടോ.

(ജാതക കഥ)

18

കുറുക്കനും കാട്ടുകോഴിയും

കാട്ടുകോഴി ഒരു മരത്തിൽ ഇരിക്കുകയായിരുന്നു. ഒരു കുറുക്കൻ താഴെവന്നു പറഞ്ഞു– "സ്നേഹിതാ, നമസ്കാരം... നിന്റെ മധുരമായ ശബ്ദം കേട്ട് ഞാൻ ഓടിവന്നതാണ്."

"നിനക്ക് നന്ദി!" കാട്ടുകോഴി പറഞ്ഞു.

അതു കേട്ടില്ല എന്നമട്ടിൽ കുറുക്കൻ പറഞ്ഞു – "എന്താ പറഞ്ഞത്? ഞാൻ കേട്ടില്ലല്ലോ സുഹൃത്തേ... നീ ഇങ്ങോട്ടിറങ്ങി വരൂ... പുൽത്തകിടിയിൽ നടന്നു കൊണ്ട് നമുക്ക് സംസാരിക്കാം. നീ മുകളിലിരുന്നു പറയുന്നത് എനിക്ക് കേൾക്കാൻ കഴിയുന്നില്ല, കേട്ടോ!"

"നോക്ക്, എനിക്ക് താഴെയിറങ്ങി വരാൻ പേട്യാ..." കാട്ടുകോഴി പറഞ്ഞു.

"എന്നെയാണോ നിനക്കു ഭയം?" കുറുക്കൻ ചോദിച്ചു.

"നിന്നെയല്ലെങ്കിൽ മറ്റു ജന്തുക്കളെ ഭയപ്പെടേണ്ട തുണ്ട്! എല്ലാ തരക്കാരും ഇവിടെയുണ്ടെന്നു നിനക്ക റിയാമല്ലോ!" കാട്ടുകോഴി പറഞ്ഞു.

"പേടിക്കേണ്ട സുഹൃത്തേ, എല്ലാവരും എല്ലായി

ടത്തും സൗഹാർദമായി കഴിയണം എന്ന് അനുശാസിക്കുന്ന ഒരു നിയമം ഇവിടെ നടപ്പിലുണ്ട്. ഇപ്പോൾ ജന്തുക്കൾ പരസ്പരം ഉപദ്രവിക്കാറേയില്ല!"

"ഇല്ലേ? അതെന്തായാലും നന്നായി!" കാട്ടുകോഴി പറഞ്ഞു.

"കുറേ പട്ടികൾ വരുന്നുണ്ട്... ആ നിയമമില്ലായിരുന്നെങ്കിൽ നിനക്ക് പണ്ടത്തെപ്പോലെ ഇവിടെ നിന്നു ഓടിപ്പോകേണ്ടിവരുമായിരുന്നു. ഇപ്പോൾ നിനക്ക് ഒന്നും പേടിക്കാനില്ല. ഇവിടെത്തന്നെ നിൽക്കാമല്ലോ!"

പട്ടികളുടെ പേരുകേട്ട മാത്രയിൽ കുറുക്കൻ ചെവി കൂർപ്പിച്ചു പോകാനൊരുങ്ങി.

"ഏയ്, എങ്ങോട്ടാ പോകുന്നത്?" കാട്ടുകോഴി ചോദിച്ചു.

"പുതിയ നിയമം നടപ്പായിട്ടുണ്ട്. നിന്നെ പട്ടികൾ തൊടില്ല...!"

"ഒരു പക്ഷേ ആ നിയമത്തെപ്പറ്റി പട്ടികൾ കേട്ടിട്ടില്ലെന്നും വരാം... ഞാൻ ദാ പോണൂ..." ഇതും പറഞ്ഞ് കുറുക്കൻ ഓടടാ ഓട്ടം!

(ടോൾസ്റ്റോയിക്കഥ)

19

ചക്രവർത്തിയും വാനമ്പാടിയും

വളരെ കൊല്ലങ്ങൾക്കു മുമ്പ് ചൈനയിലെ ഒരു കാട്ടിൽ ഒരു വാനമ്പാടി ജീവിച്ചിരുന്നു. ചൈനയിലെ ചക്രവർത്തി അതിനു സമീപത്താണ് താമസിച്ചിരുന്നത്. വാനമ്പാടിയുടെ പാട്ടുകേൾക്കാൻ ലോകത്തിന്റെ നാനാഭാഗത്തുനിന്നും ആളുകൾ അവിടെ എത്തിയിരുന്നു. വാനമ്പാടിയുടെ പാട്ടിനെക്കുറിച്ച് ചിലർ പുസ്തകങ്ങൾ പോലും എഴുതി കേട്ടോ. ഒരു പുസ്തകത്തിൽ നിന്ന് ചക്രവർത്തി വാനമ്പാടിയെപ്പറ്റി മനസ്സിലാക്കുകയും ഉടനെ ആ പക്ഷിയെ കൊട്ടാരത്തിലേക്കു കൊണ്ടുവരാൻ കൽപ്പിക്കുകയും ചെയ്തു.

രാജസദസിലെ സ്വർണക്കൂട്ടിൽ അതിനെ കൊണ്ടുവന്ന് താമസിപ്പിച്ചു. അതിന്റെ മനോഹരമായ പാട്ടു കേൾക്കുവാൻ ഒരു വിരുന്നുതന്നെ രാജാവ് ഏർപ്പെടുത്തി. പക്ഷിയുടെ പാട്ടുകേട്ട് ചക്രവർത്തിയും അതിഥികളും സന്തുഷ്ടരായി. പക്ഷി അവിടുത്തെ

കൂട്ടിൽ താമസിക്കുകയും ദിവസവും പാട്ടുപാടി ചക്രവർത്തിയെ സന്തോഷിപ്പിക്കുകയും ചെയ്തു വന്നു.

ഇങ്ങനെ ദിവസങ്ങൾ നീങ്ങി. വാനമ്പാടിക്ക് സ്വാതന്ത്ര്യമൊഴികെ മറ്റെല്ലാം ആ കൊട്ടാരത്തിൽ ലഭിച്ചിരുന്നു. വാനമ്പാടിയുടെ അസുഖം മന

സിലാക്കിയ ഒരു മന്ത്രി ഒരു ജപ്പാൻ കച്ചവടക്കാരനിൽ നിന്ന് വാനമ്പാടിയെപ്പോലെ മനോഹരമായി പാടുന്ന ഒരു കളിപ്പാട്ടം ചക്രവർത്തിക്കായി വാങ്ങി. അതിന്റെ പാട്ട് വളരെ മനോഹരമായിരുന്നു. ചക്രവർത്തി സംതൃപ്തനായി.

അശ്രദ്ധയോടെ വിട്ടിരുന്ന വാനമ്പാടി ഒരു ദിവസം അതിന്റെ കൂട്ടിൽ നിന്ന് രക്ഷപ്പെട്ട് കാട്ടിലേക്ക് പറന്നുപോയി. നിർഭാഗ്യത്തിന് കളിപ്പാട്ടം കേടുവരികയും പാട്ട് നിലയ്ക്കുകയും ചെയ്തു. ചക്രവർത്തി അസുഖം പിടിച്ച് കിടപ്പിലായി. വിദഗ്ധ ഡോക്ടർമാരുടെ ചികിൽസയൊക്കെ നിഷ്ഫലമായതേയുള്ളൂ. ചക്രവർത്തിയുടെ അസുഖം മനസ്സിലാക്കിയ വാനമ്പാടി ഉടനെ പറന്ന് കൊട്ടാരത്തിൽ എത്തുകയും പാടാൻ തുടങ്ങുകയും ചെയ്തു.

കിടക്കയിൽ എണീറ്റിരുന്ന് ചക്രവർത്തി പക്ഷിയോട് ഇനി കൊട്ടാരംവിട്ട് പോകരുതെന്ന് അഭ്യർഥിച്ചു. സ്വാതന്ത്ര്യമില്ലാത്തതുകൊണ്ട് തന്റെ കൊട്ടാരജീവിതം അസുഖകരമാണെന്ന് വാനമ്പാടി പറഞ്ഞു. എന്നാൽ എല്ലാ ദിവസവും കൊട്ടാരത്തിൽ വന്ന് ചക്രവർത്തിക്കുവേണ്ടി സന്തോഷത്തോടുകൂടി പാടാമെന്നും ആ പക്ഷി തുടർന്നു സമ്മതിച്ചു.

(ക്ലാസിക് കഥ)

20

എന്നിട്ടെന്തുണ്ടായി?

ഒരു ദിവസം ഹോജ കുറച്ചു ചെറുപ്പക്കാരോട് പ്രസംഗിക്കുകയാണ് –

“വളരെക്കാലം മുമ്പ് നടന്ന കഥയാണ്... ഒരു ദിവസം ഞാൻ പേർഷ്യൻ രാജാവിന്റെ കൊട്ടാരത്തിൽ ഇരിക്കുമ്പോൾ ഒരാൾ ലക്ഷണയുക്തമായ ഒരു കുതിരയെ കൊണ്ടുവന്ന് രാജാവിന് കാഴ്ചവച്ചു. രാജാവിന് കുതിരയെ കിട്ടിയതിൽ വളരെ സന്തോഷമായി. എന്നാൽ രാജാവും മന്ത്രിയും പടനായകനും പഠിച്ച പണി പതിനെട്ടും നോക്കിയെങ്കിലും കുതിരയുടെ പുറത്തു കയറാൻ പറ്റിയില്ല. അതുകണ്ടപ്പോൾ എനിക്ക് വല്ലാതെ കലി വന്നു. ഞാൻ ചാടിയെഴുന്നേറ്റ് പറഞ്ഞു–

കഷ്ടം, കഷ്ടം! നിങ്ങൾക്ക് നാണമില്ലേ... ഒരു കുതിരയുടെ പുറത്തു കയറാൻ പോലും കഴിയാത്ത നിങ്ങളാണോ ഒരു രാജ്യം ഭരിക്കുന്നത്!

–ഇതു പറഞ്ഞ് ഞാൻ കുതിരയുടെ അടുത്തേക്കു ചെന്നു.”

‘‘ഹോജാ, പറയൂ... എന്നിട്ടെന്തുണ്ടായി?’’ വാചകമടിയിൽ രസം കയറിയ ഒരാൾ ചോദിച്ചു.

“എന്തുണ്ടാകാനാ? എനിക്കും അതിന്റെ പുറത്തു കയറാൻ പറ്റിയില്ലെന്നേ...” ഹോജ പറഞ്ഞുനിർത്തി.

(ഹോജാക്കഥ)

21

രണ്ടു സ്നേഹിതന്മാർ

രണ്ടു സ്നേഹിതന്മാർ ഒരുമിച്ച് കാട്ടിൽക്കൂടി പോവുകയായിരുന്നു. പെട്ടെന്ന് ഒരു കരടി അവരുടെ മുന്നിൽ വന്നുചാടി. ഒരു സ്നേഹിതൻ ഓടി അൽപ്പം അകലെയുള്ള ഒരു മരത്തിൽ കയറി. അയാൾ അതിന്റെ ഇലപ്പടർപ്പിൽ ഒളിച്ചു.

മറ്റേയാൾക്ക് ഓടി രക്ഷപ്പെടാൻ കഴിഞ്ഞില്ല. 'എന്തുചെയ്യും?' അയാൾ ആലോചിച്ചു. അയാൾ വഴിയിൽതന്നെ മരിച്ചയാളെപ്പോലെ കമഴ്ന്നു കിടന്നു കേട്ടോ!

കരടി അയാളുടെ അടുത്തുവന്നു. ശരീരമാകെ മണത്തു. മുഖവും മണത്തുനോക്കി. അപ്പോൾ അയാൾ ശ്വാസംപിടിച്ചു കിടന്നു. അയാൾ മരിച്ചുപോയി എന്നു കരടി കരുതി. അതുകൊണ്ട് കരടി അവിടം വിട്ടുപോയി.

കരടി അവിടെനിന്നും പോയപ്പോൾ മരത്തിൽ കയറി ഒളിച്ചിരുന്ന സ്നേഹിതൻ ഇറങ്ങിവന്നു.

അയാൾ ചിരിച്ചുകൊണ്ട് സ്നേഹിതനോടു ചോദിച്ചു–

“സ്നേഹിതാ, നോക്ക്... കരടി നിങ്ങളുടെ ചെവിയിൽ എന്തു രഹസ്യമാണ് മന്ത്രിച്ചു പോയത്?”

അയാൾ മറുപടി പറഞ്ഞു– “ഓ, കരടി പറഞ്ഞതു മറ്റൊന്നുമല്ല കേട്ടോ. ആപത്തു വരുമ്പോൾ ഓടിയൊളിക്കുന്ന സ്നേഹിതന്മാരെ സൂക്ഷിക്കണം എന്നാണ് കരടി പറഞ്ഞത്!”

(ടോൾസ്റ്റോയ് കഥ)

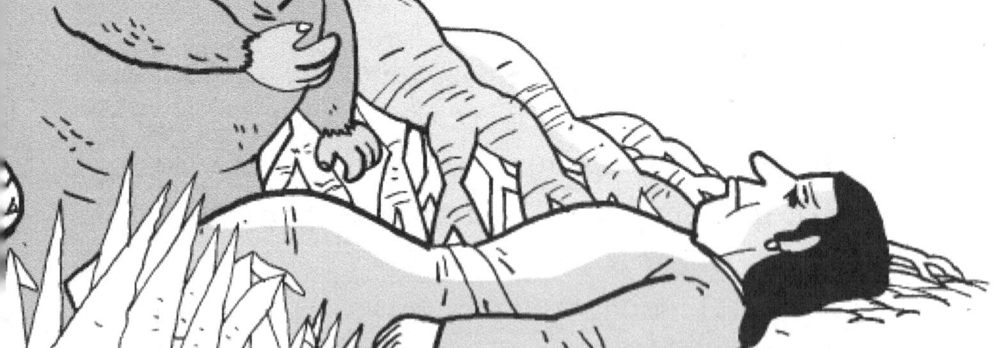

22

സിംഹത്തിന്റെ രോഗം

സിംഹത്തിനു വയസ്സായി. ഓടാനും ഇര പിടിക്കാനും ഒന്നും വയ്യാതായി... പക്ഷേ, എങ്ങനെ വിശപ്പുമാറ്റും?

ഒടുവിൽ സിംഹം ഒരു വിദ്യ കണ്ടെത്തി. ഗുഹയിൽ കിടന്ന് വേദനിക്കുന്നതുപോലെ ഇടയ്ക്കിടെ കരഞ്ഞു. ഇതുകേട്ട് ആ വഴി വന്ന ഓരോരോ മൃഗങ്ങളും അകത്തുചെന്ന് കാര്യമന്വേഷിച്ചു. കിട്ടിയ തക്കത്തിൽ സിംഹം അവയെപ്പിടിച്ച് അകത്താക്കുകയും ചെയ്തു.

ഒരിക്കൽ ഒരു കുറുക്കൻ സിംഹത്തിന്റെ നിലവിളികേട്ട് ഗുഹയുടെ മുന്നിലെത്തി. എങ്കിലും ഗുഹയുടെ അകത്തു കടന്നില്ല കേട്ടോ.

ഇതുകണ്ട സിംഹം കുറുക്കനെ നോക്കി പറഞ്ഞു – 'ഹമ്മേ, ഹാവൂ... ഭയങ്കര വേദന... വരൂ... എന്നെ ഒന്നു തടവി ആശ്വസിപ്പിക്കൂ...!"

അപ്പോൾ കുറുക്കൻ പറഞ്ഞു – "ഞാനിവിടെ നിന്നോളാം... അങ്ങയുടെ രോഗം എനിക്ക് മനസിലായി.

അങ്ങയെ ആശ്വസിപ്പിക്കാൻ പല ജന്തുക്കളും അകത്തുവന്നതിന്റെ കാലടിപ്പാടുകൾ കാണാനുണ്ട്. അവരൊന്നും പുറത്തുപോയതിന്റെ പാടുകളില്ല. എന്നാൽ, പിന്നെ കാണാം... പോട്ടേ!"

സിംഹം ഇളിഭ്യനായി ഗുഹയിൽ കിടപ്പു തുടർന്നു.

(മുത്തശ്ശിക്കഥ)

23

വേണ്ടാത്തത്

ലളിതജീവിതം നയിച്ചിരുന്ന സോക്രട്ടീസ് കൂടെക്കൂടെ ചന്തയിൽ പോവുക പതിവായിരുന്നു. പക്ഷേ യാതൊന്നും വാങ്ങാറുണ്ടായിരുന്നില്ല. ഇതു ശ്രദ്ധിച്ചിരുന്ന അദ്ദേഹത്തിന്റെ ഒരു സുഹൃത്ത് ചോദിച്ചു –

"നോക്കൂ... അങ്ങെന്തിനാണ് കൂടെക്കൂടെ ചന്തയിൽ പോകുന്നത്...! ഒന്നും വാങ്ങാറുമില്ലല്ലോ...?"

"സുഹൃത്തേ, എനിക്കു വേണ്ടാത്ത എത്ര സാധനങ്ങൾ ചന്തയിലുണ്ടെന്നറിയാനാണ് ഞാൻ ചന്തയിൽ പോകുന്നത്!"

അതായിരുന്നു സോക്രട്ടീസിന്റെ മറുപടി.

(മഹാന്മാരുടെ കഥകൾ)

24

അറിവിന്റെ അളവ്

ഗുരു ശിഷ്യന്മാരെ വിളിച്ചു പറഞ്ഞു – "നിങ്ങളുടെ പഠനമൊക്കെ പൂർത്തിയായിരിക്കുന്നു. ഇനി നിങ്ങൾ എത്രകണ്ടു പഠിച്ചു എന്ന് എനിക്ക് തെളിയിച്ചു തരണം!"

ഒരു ശിഷ്യൻ പറഞ്ഞു – "ഗുരോ, സമുദ്രതീരത്ത് എത്ര മണൽത്തരിയുണ്ടോ, അത്രയും അറിവ് അങ്ങ് എനിക്കു പകർന്നുതന്നു!"

രണ്ടാമൻ പറഞ്ഞു – "ഗുരോ, ആകാശത്ത് എത്ര നക്ഷത്രങ്ങളുണ്ടോ അത്രയും അറിവ് അങ്ങെനിക്കു തന്നു!"

മൂന്നാമനാകട്ടെ ഒന്നും മിണ്ടിയില്ല. ഗുരു ചോദിച്ചു –

"നിനക്കെന്താ ഒന്നും പറയാനില്ലേ?"

മൂന്നാമൻ പറഞ്ഞു – "കടൽത്തീരത്തെ മണൽത്തരികൾ വേലിയേറ്റത്തിൽ മുങ്ങിപ്പോകും. ആകാശത്തെ നക്ഷത്രങ്ങളെ കാർമേഘങ്ങൾ

മറയ്ക്കുകയും ചെയ്യും. എന്നാൽ അങ്ങെനിക്കുതന്ന അറിവ് ഒരിക്കലും നശിക്കാത്തതാണ്. അതിനോടു താരതമ്യം ചെയ്യാൻ പ്രപഞ്ചത്തിലൊന്നും ഇല്ല ഗുരോ. അതാണു ഞാൻ മിണ്ടാതിരുന്നത്!"

ഗുരു സന്തോഷപൂർവ്വം മൂന്നാമനെ ആശ്ലേഷിച്ചു.

(ഗുരുശിഷ്യ കഥ)

25

സ്വപ്നം

ഒരു കുറുക്കൻ തന്റെ ഗുഹയിൽക്കിടന്ന് സ്വപ്നം കാണുകയായിരുന്നു. സ്വപ്നത്തിൽ അവൻ ഒരു കൂറ്റൻ കടുവയെ കണ്ടു. അലറിച്ചാടി വരുന്ന കടുവയെ കണ്ടിട്ടും കുറുക്കനുണ്ടോ പേടി! ഒറ്റ ചവിട്ടിനു കുറുക്കൻ കടുവയെ കടൽ കടത്തി!

അത്രയുമായപ്പോഴേക്കും കുറുക്കൻ ഉണർന്നു. 'എന്തൊരുഗ്രൻ സ്വപ്നം!' അവന് വലിയ സന്തോഷം തോന്നി.

അപ്പോഴതാ വരുന്നു ശരിക്കും ഒരു കടുവ! സ്വപ്നം കണ്ടതോടെ കുറുക്കന് ധൈര്യം വന്നിട്ടുണ്ടായിരുന്നു. 'ഒരു കടുവയെ പപ്പടപ്പൊടിയാക്കാനൊക്കെ തനിക്കു പറ്റും'-കുറുക്കനു തോന്നി. വൈകിയില്ല, ഒന്നുമറിയാതെ വന്ന കടുവയുടെ നേരെ കുറുക്കൻ ഒറ്റച്ചാട്ടം...!

എന്തു പറയാൻ...! അടുത്ത നിമിഷം മണ്ടൻ കുറുക്കൻ കടുവച്ചാരുടെ അടികൊണ്ട് വീണുപോയി.

ഇതെല്ലാം കണ്ടുകൊണ്ടിരിക്കുകയായിരുന്നു ഒരു

കാക്ക. “എന്തു വിഡ്ഢിത്തമാ നീ കാണിച്ചത്?” കാക്ക ചോദിച്ചു.

കുറുക്കൻ തന്റെ സ്വപ്നത്തെപ്പറ്റി കാക്കയോടു പറഞ്ഞു–“ഹി... ഹി... സ്വപ്നമൊക്കെ സത്യമാണെന്നു വിചാരിച്ചതാ നിന്റെ കുഴപ്പം.” കാക്ക പറഞ്ഞു.

അപ്പോൾ അതാ വരുന്നു... ഒരു തടിയൻ കോഴി! കോഴിയെ കണ്ടതും കുറുക്കൻ വാലും ചുരുട്ടി ഓടാൻ തുടങ്ങി. ഓട്ടത്തിനിടയിൽ അവൻ വിളിച്ചു പറഞ്ഞു–

“ഇന്നലെ ഇതുപോലെ ഒരു കോഴിയെ ഞാൻ തല്ലിക്കൊന്ന് അകത്താക്കിയെന്നു സ്വപ്നം കണ്ടതാ...!

(കുട്ടിക്കഥ)

26

ഉപദേശം

ഒരിക്കൽ ഒരു സ്ത്രീ തന്റെ മകനോടൊപ്പം പരമഹംസരുടെ അരികിലെത്തി. ഭക്തിപൂർവം വണങ്ങിയ ശേഷം ആ സ്ത്രീ പരമഹംസരോടു പറഞ്ഞു –

“ഗുരോ, എന്റെ മകന് ഒരു ദുഃശീലമുണ്ട്. എപ്പോഴും ശർക്കര തിന്നുകയാണ് അവന്റെ ജോലി. ഈ ശീലം മാറ്റിയെടുക്കാൻ അങ്ങുതന്നെ അവനെ ഉപദേശിക്കണേ...”

ഇതുകേട്ട് പരമഹംസൻ ഒന്ന് ആലോചിച്ചു. എന്നിട്ടു പറഞ്ഞു–“ശരി, ഒരു കാര്യം ചെയ്യൂ... നിങ്ങൾ രണ്ടുപേരും ഒരാഴ്ച കഴിഞ്ഞു വരൂ...”

സ്ത്രീയും മകനും മടങ്ങിപ്പോയി. ഒരാഴ്ച കഴിഞ്ഞപ്പോൾ അവർ വീണ്ടും പരമഹംസനെ കാണാൻ എത്തി. അന്നും അദ്ദേഹം പറഞ്ഞതെന്തെന്നോ? “ഒരാഴ്ച കൂടി കഴിയട്ടെ!”

അടുത്തയാഴ്ച ഒരിക്കൽ കൂടി അമ്മയും മകനും പരമഹംസരുടെ മുന്നിലെത്തി. പരമഹംസൻ ബാലനെ

അടുത്തു വിളിച്ചിട്ടു പറഞ്ഞു – "കുഞ്ഞേ, അധികം ശർക്കര തിന്നുന്നത് നല്ലതല്ല എന്നറിയില്ലേ? ശർക്കര തിന്നുന്നത് കുറച്ച്, മിടുക്കനായിത്തീരണം കേട്ടോ!"

ബാലന് സന്തോഷമായി. അമ്മയും മകനും തിരിച്ചു പോയി. ഇതെല്ലാം കണ്ടുകൊണ്ട് പരമഹംസരുടെ അരികിലിരുന്ന ശിഷ്യൻ അദ്ദേഹത്തോടു ചോദിച്ചു– "ഈ ഉപദേശം ഗുരുവിന് ആദ്യമേ പറയാമായിരുന്നില്ലേ? എന്തിനാണ് അവരെ പലതവണ നടത്തിയത്?"

"ഇവർ വന്ന് ഉപദേശം തേടിയ സമയത്ത് എന്റെയും ദുഃശീലമായിരുന്നു ശർക്കരതീറ്റി. അതിനാൽ ആദ്യം എന്റെ ശീലം മാറ്റാൻ സമയമെടുക്കേണ്ടി വന്നു. അല്ലാതെ ഉപദേശിക്കുന്നതിൽ എന്താണ് അർഥം?... ശരിയല്ലേ?"

ശിഷ്യൻ ഒന്നും മിണ്ടാതിരുന്നു പോയി!

(പരമഹംസൻ പറഞ്ഞ കഥ)

27

കൊച്ചു തീപ്പെട്ടിക്കാരി

ക്രിസ്തുമസിന്റെ തലേന്നു രാത്രിയാകാൻ തുടങ്ങി. എന്തു തണുപ്പ്! ആകാശം ഇരുണ്ടു വരുന്നു. ശക്തിയായി മഞ്ഞു വീഴാനും തുടങ്ങി. നിരത്തിൽ ചില കടകൾ പൂട്ടിക്കഴിഞ്ഞു. ആളുകളെല്ലാം തിരക്കിട്ട് ഓടി നടക്കുകയാണ്. നല്ല തണുപ്പായതുകൊണ്ട് അവരെല്ലാം നല്ല കമ്പിളിയുടുപ്പുകളാണ് ഇട്ടിരിക്കുന്നത്!

എന്നാൽ അവർക്കിടയിലൂടെ മെല്ലെ നടക്കുകയായിരുന്ന ചെറിയ പെൺകുട്ടിയെ ആരും ശ്രദ്ധിച്ചതേയില്ല. "തീപ്പെട്ടി വേണോ? തീപ്പെട്ടി വേണോ?" എന്ന് അവൾ ഇടക്കിടെ വിളിച്ചു ചോദിച്ചു. അന്നു മുഴുവൻ ഇങ്ങനെ ചോദിച്ചുകൊണ്ട് അവൾ ആകെ വിവശയായി. ഒരൊറ്റ തീപ്പെട്ടിപോലും ആരും വാങ്ങിയില്ല.

പെട്ടെന്ന് ഒരു കുതിരവണ്ടി മഞ്ഞുകഷ്ണങ്ങൾ തെറിപ്പിച്ചുകൊണ്ട് പാഞ്ഞുവന്നു. പേടിച്ചു മാറിയ പെൺകുട്ടി വഴിയരികിലെ മഞ്ഞുകൂനയിലേക്കു മുഖംകുത്തി വീണു. കൈയിലെ തീപ്പെട്ടിയെല്ലാം തെറിച്ചു മഞ്ഞിലേക്കു വീണു. പാകമല്ലാത്ത വലിയ

ഷൂസാണ് അവൾ ഇട്ടിരുന്നത്. അത് ഊരിപ്പോകുകയും ചെയ്തു. എത്ര നോക്കിയിട്ടും ഒരു ഷൂ എങ്ങും കണ്ടില്ല. അപ്പോഴേക്കും മറ്റേത് ഒരു വികൃതിചെക്കൻ എടുത്തുകൊണ്ട് ഒരൊറ്റ ഓട്ടം...!

"കൊള്ളാം... ഇതുകൊണ്ട് ഒരു തൊട്ടിലുണ്ടാക്കാമല്ലോ!" അവൻ കൂക്കിവിളിച്ചു. ചെരിപ്പുകൂടിയില്ലാത്ത അവൾ മഞ്ഞിലൂടെ മുടന്തി മുടന്തി കുറേദൂരം നടന്നു. കാലടികളിലൂടെ തുളച്ചുകയറിയ കൊടും തണുപ്പിൽ അവൾ കിടുകിടാ വിറച്ചു. വീട്ടിൽ പോകുന്ന കാര്യം ഓർക്കാനേ വയ്യ. ഒറ്റ തീപ്പെട്ടിപോലും വിൽക്കാതെ വീട്ടിൽ ചെന്നാൽ അച്ഛന്റെ തല്ല് ഉറപ്പാ...!

ഒട്ടും നടക്കാൻ വയ്യാതായപ്പോൾ ക്രിസ്തുമസ് വിളക്കുകളുടെ വെളിച്ചത്തിൽ കുളിച്ചുനിന്ന ഒരു കടയുടെ ഇരുണ്ട കോണിലേക്കു മാറി അവൾ മെല്ലെയിരുന്നു. കുഞ്ഞിക്കൈകൾ തണുത്തു മഞ്ഞുകട്ട പോലെ ആയിരിക്കുന്നു. പിന്നെ എങ്ങനെ ഒരു തീപ്പെട്ടി ഉരയ്ക്കും?

കുറച്ചുകഴിഞ്ഞ് അവൾ തീപ്പെട്ടിക്കൂടിൽ നിന്ന് ഒരു തീപ്പെട്ടിയെടുത്ത് തുറന്ന് ഒരു കൊള്ളി കത്തിച്ചു. ആ ചെറിയ വെട്ടത്തിൽ അവൾ മുറിക്കുള്ള് കണ്ടു. അവിടെ ഒരു വിരുന്നുമേശ ഒരുക്കിവച്ചിട്ടുണ്ട്! അതിൽ ഒരു താറാവിനെ മുഴുവനായി പൊരിച്ചു നിർത്തിയിരിക്കുന്നു....!

പെട്ടെന്ന് ആ പൊരിച്ച താറാവ് അവളുടെ അടുത്തേക്ക് നടക്കാൻ തുടങ്ങി. അതിന്റെ പുറത്ത് കഴിക്കാൻ പാകത്തിൽ കത്തിയും മുള്ളും കുത്തി നിർത്തിയിട്ടുണ്ട്. താറാവ് അവളുടെ നാവിനടുത്തു

വരെയെത്തി. പൊടുന്നനെ തീപ്പെട്ടിക്കൊള്ളി അണഞ്ഞുപോയി. പിന്നെ അവിടെ ഇരുട്ടും മഞ്ഞും കറുത്ത ഭിത്തിയും മാത്രമേ ഉണ്ടായിരുന്നുള്ളൂ.

ഉടനെ അവൾ അടുത്ത കൊള്ളി കത്തിച്ചു. ഇപ്പോൾ അവൾ ആയിരം മെഴുകുതിരി കത്തിച്ചുവച്ച ഒരു വലിയ ക്രിസ്തുമസ്ട്രീയുടെ ചോട്ടിൽ ഇരിക്കുകയാണ്. അത്ഭുതം കൊണ്ടവൾ ആകാശത്തേക്കു കൈ നീട്ടി. അന്നേരം ആ തീപ്പെട്ടിക്കൊള്ളിയും അണഞ്ഞു. മെഴുകുതിരികളെല്ലാം ഉയരത്തിലേക്കു പറന്നു പറന്നുപോയി നക്ഷത്രങ്ങളായി. അതിലൊന്ന് ഇരുട്ടിലൂടെ താഴേക്കു വീണുകൊണ്ടിരുന്നു.

"ആരോ മരിക്കുന്നുണ്ട്" – അവൾ ആലോചിച്ചു. ഒരു നക്ഷത്രം വീഴുമ്പോൾ ഒരു ആത്മാവ് സ്വർഗത്തിലേക്ക് ഉയരുകയാണെന്ന് അവൾക്ക് മുത്തശ്ശി പറഞ്ഞുകൊടുത്തിട്ടുണ്ടായിരുന്നു. പക്ഷേ, മുത്തശ്ശി വളരെ മുമ്പേ മരിച്ചുപോയി...

അവൾ വീണ്ടും തീപ്പെട്ടി ഉരച്ചു. ഇപ്രാവശ്യം കുറേ കൊള്ളികൾ ഒന്നിച്ചുവച്ചാണ് കൊളുത്തിയത്. എന്തൊരു വെളിച്ചം! ഒരു ദേവാലയത്തിന്റെ ജനലിലൂടെ പ്രകാശം വരുന്നതു പോലെയിരിക്കുന്നു. വെളിച്ചത്തിലേക്കു നോക്കിനിൽക്കേ അതിൽ എന്തോ ഒന്ന് തെളിഞ്ഞുവരും പോലെ അവൾക്ക് തോന്നി.

മുത്തശ്ശി അവളുടെ അടുത്തേക്കു വരികയാണ്. "മുത്തശ്ശീ..." അവൾ വിളിച്ചു.

"എന്നെ വിട്ടു പോകരുതേ..." അവൾ കരഞ്ഞു.

"ഞാൻ നിന്നെ കൊണ്ടുപോകാൻ വന്നതാണു മോളേ... ഇതിലും വലിയ സന്തോഷമുള്ള ഒരു സ്ഥലത്തേക്ക് നിന്നെ ഞാൻ കൊണ്ടുപോകാം..." പിന്നെ മുത്തശ്ശിയും അവളും നക്ഷത്രങ്ങൾക്കുമപ്പുറത്തേക്ക് പറന്നുപോയി.

ക്രിസ്തുമസിന്റെയന്നു രാവിലെ സൂര്യൻ

പ്രകാശിച്ചത് കൊച്ചു തീപ്പെട്ടിക്കാരിയുടെ തണുത്തു മരവിച്ച ശരീരത്തിലേക്കാണ്. അവളുടെ തണുത്ത കുഞ്ഞുകൈ പകുതികരിഞ്ഞ തീപ്പെട്ടിക്കൊള്ളികൾ മുറുക്കെ പിടിച്ചിട്ടുണ്ടായിരുന്നു.

പക്ഷേ, അവൾ മുത്തശ്ശിയോടൊപ്പം സ്വർഗത്തിലേക്കാണല്ലോ പറന്നു പോയത്! അവിടെയാകെ വെളിച്ചവും ചൂടും സന്തോഷവുമാണല്ലോ...!

(ആൻഡേഴ്സൺ കഥ)

28

രഹസ്യം

കൊട്ടാര രഹസ്യങ്ങളെല്ലാം ഹോജായ്ക്ക് അറിയാമെന്ന് ജനസംസാരം...

ഒരു നാൾ ഹോജയോട് ഒരാൾ ചോദിച്ചു – "ഹോജാ, നിങ്ങൾക്ക് കൊട്ടാരത്തിലെ രഹസ്യങ്ങളൊക്കെ

അറിയാമെന്നു കേൾക്കുന്നത് ശരിയണോ?"

"അറിയാം..."

"ശരി, എന്നാൽ ഒന്നുരണ്ടു രഹസ്യങ്ങൾ എനിക്കു പറഞ്ഞു തരാമോ?"

"പറഞ്ഞുതരാം, പക്ഷേ താങ്കൾക്ക് രഹസ്യം സൂക്ഷിക്കാനറിയുമോ?" ഹോജയുടെ മറുചോദ്യം.

"നിങ്ങൾ എന്നോടു പറയുന്ന രഹസ്യങ്ങൾ ചത്താൽപോലും ഞാൻ മറ്റൊരാളോട് പറയില്ല!"

"എന്നാലേ... ഇതു കേൾക്ക്. എനിക്കും താങ്കളെപ്പോലെ രഹസ്യം സൂക്ഷിക്കുവാനറിയാം. ചത്താൽ പോലും ഞാനും മറ്റൊരാളോട് രഹസ്യം പറയില്ല!"

ഹോജയുടെ മറുപടികേട്ട് അയാൾ ഇളിഭ്യനായി നടന്നു.

(ഹോജാക്കഥ)

29

പരിശ്രമം

മംഗലാംകുന്നിനടുത്ത് ഗംഗൻ എന്നൊരു പൂവൻകോഴി ഉണ്ടായിരുന്നു. എന്നും രാവിലെ ഗംഗന്റെ കൂവൽ കേട്ടാണ് കുന്നിലുള്ള മൃഗങ്ങളെല്ലാം ഉണരുന്നത്.

കുറേക്കാലം കഴിഞ്ഞപ്പോൾ ഗംഗന് വയസായി കേട്ടോ. വെളുപ്പിന് എഴുന്നേറ്റ് 'കൊക്കരക്കോ....' എന്ന് കൂവാനൊന്നും വയ്യാതായി.

ഗംഗന് ഒരു മകനുണ്ട്. തങ്കൻ എന്നാണവന്റെ പേര്. ഒരു നാൾ തങ്കനെ ഗംഗൻ അടുത്തു വിളിച്ചു. എന്നിട്ടു പറഞ്ഞു – "മോനേ, ഇനി അച്ഛന് രാവിലെ കൂവാനൊന്നും വയ്യ. നാളെ മുതൽ നീ വേണം കുന്നിലുള്ളവരെ കൂവിയുണർത്താൻ!"

തങ്കൻ തലകുലുക്കി സമ്മതിച്ചു. പിറ്റേന്നു രാവിലെ തങ്കൻ ഒരു പാറയുടെ മുകളിൽ കയറിനിന്ന് ഉറക്കെ കൂവാൻ ശ്രമിച്ചു. പക്ഷേ, തങ്കന്റെ ശബ്ദം പുറത്തേക്കു വന്നില്ല. അവൻ പിന്നെയും പിന്നെയും കൂവിനോക്കി. എന്നിട്ടും ഒച്ച കേട്ടതേയില്ല.

മൃഗങ്ങളെല്ലാം അന്ന് വൈകിയാണ് ഉണർന്നത്. തങ്കന് കൂവാൻ കഴിയില്ലെന്നറിഞ്ഞപ്പോൾ മൃഗങ്ങൾ അവനെ കളിയാക്കി. എങ്കിലും തങ്കൻ നിരാശനായില്ല. പിറ്റേന്നു രാവിലെയും അവൻ കൂവാൻ ശ്രമിച്ചു. പാവം അന്നും അവന് കൂവാൻ കഴിഞ്ഞില്ല!

മൃഗങ്ങൾ വീണ്ടും അവനെ കളിയാക്കി. തങ്കൻ അതൊന്നും കാര്യമാക്കിയതേയില്ല. അവൻ എല്ലാ ദിവസവും രാവിലെ കൂവാൻ ശ്രമിച്ചുകൊണ്ടേയിരുന്നു.

അങ്ങനെ ഒരു ദിവസം രാവിലെ തങ്കൻ "കൊക്കരക്കോ..." എന്ന് നീട്ടിക്കൂവി. അവന്റെ ഉറക്കെയുള്ള കൂവൽ കേട്ട് മൃഗങ്ങളെല്ലാവരും ഉണർന്നു.

തങ്കൻ വീണ്ടുംവീണ്ടും കൂവി – "കൊക്കരക്കോ... കൊക്കരക്കോ..."

തങ്കൻ നീട്ടിക്കൂവുന്നതു കേട്ടപ്പോൾ അവനെ കളിയാക്കിയ മൃഗങ്ങളൊക്കെ നാണിച്ചുപോയി.

(ഉണ്ണിക്കഥ)

30

മുത്തശ്ശിയുടെ തുണ

പണ്ട് പണ്ട് ഒരു മുത്തശ്ശി ഉണ്ടായിരുന്നു. അവരുടെ വീട്ടിൽ വേറെ ആരും ഉണ്ടായിരുന്നില്ല. ഒരു ദിവസം മുത്തശ്ശി വീടുംപൂട്ടി പച്ചക്കറി വാങ്ങാൻ പോയി. തിരിച്ചു വന്നപ്പോൾ വാതിൽ തുറന്നു കിടക്കുന്നതു കണ്ടു. മുത്തശ്ശിക്ക് സംശയമായി... വീട്ടിൽ കള്ളൻമാരാരെങ്കിലും കടന്നുകാണും!

പെട്ടെന്ന് മുത്തശ്ശിക്ക് ഒരു ബുദ്ധിതോന്നി കേട്ടോ. മുത്തശ്ശി തന്റെ വീട്ടിലിരിക്കുന്ന വിളക്കിനോടു ചോദിച്ചു – “വിളക്കേ, വിളക്കേ... ഞാൻ വന്നിട്ടും എന്താ നീയൊന്നും മിണ്ടാതിരിക്കണെ?”

‘‘സാധാരണ ഞാൻ വന്നുകയറിയാൽ നീ വല്ലതും പറയാറുള്ളതല്ലേ? ഇന്ന് എന്തുപറ്റി? ... ഇവിടെ ആരെങ്കിലും കയറിയോ?”

മുത്തശ്ശി ഈ ചോദ്യങ്ങളെല്ലാം വിളക്കിനോടു ചോദിച്ചപ്പോൾ കള്ളനു പേടിയായി. കള്ളൻ അതൊരു മാന്ത്രിക വിളക്കാണെന്നു കരുതി.

ഒരു ഉറിയുടെ മുകളിലിരുന്നുകൊണ്ട് കള്ളൻ

വിളക്കുപറയുന്നതുപോലെ പറഞ്ഞു – "എന്റെ പൊന്നു മുത്തശ്ശീ ഇവിടെ ഇന്നൊരു കള്ളൻ കയറി!"

ഇതു കേട്ടപ്പോൾ മുത്തശ്ശി തീർച്ചയാക്കി – വീട്ടിൽ കള്ളൻ കയറിയെന്ന്! മുത്തശ്ശി മൂക്കിൽ വിരൽവച്ചുകൊണ്ടു പറഞ്ഞു – "അയ്യോ, കഷ്ടം! കള്ളൻ വന്നപ്പോൾ നിനക്ക് ഓടിച്ചു വിടാൻ വയ്യായിരുന്നോ എന്റെ വിളക്കേ?"

കള്ളൻ ഒന്നും മിണ്ടാതെ ഉറിയിൽ പമ്മിയിരുന്നു. അപ്പോൾ മുത്തശ്ശി വിളക്കിനോടു പറഞ്ഞു – "നോക്കൂ, വിളക്കേ, ഞാൻ ഒരു കഥ പറയാം ട്ടോ... കേട്ടോളൂ, ഒരിടത്തൊരിടത്തൊരു പെൺകുട്ടി ഉണ്ടായിരുന്നു. ഒരിക്കൽ ആ കുട്ടിയുടെ വീട്ടിൽ ഒരു കള്ളൻ കയറി. പെൺകുട്ടി ഉറക്കെ ഇങ്ങനെ നിലവിളിക്കാൻ തുടങ്ങി – അയ്യയ്യോ... ഓടിവരണേ!" ഇതും പറഞ്ഞ് നമ്മുടെ മുത്തശ്ശി ഭയങ്കര നിലവിളി! മുത്തശ്ശിയുടെ നിലവിളി കേട്ട് ആളുകൾ ഓടിക്കൂടി. അവർ കള്ളനെ പിടിച്ച് പൊലീസിൽ ഏൽപ്പിച്ചു.

പൊലീസുകാർ കള്ളനെയും കൊണ്ടു പോയികഴിഞ്ഞപ്പോൾ ഒരാൾ മുത്തശ്ശിയോടു ചോദിച്ചു – "മുത്തശ്ശീ, മുത്തശ്ശീ... മുത്തശ്ശിക്ക് രാത്രി തുണ കിടക്കുവാൻ ആരെങ്കിലും വേണോ? മുത്തശ്ശിക്ക് പേടിയില്ലേ?"

ഉടനെ മുത്തശ്ശി പറഞ്ഞു – "ആരും വേണ്ടാ... എന്റെ വീട്ടിലുള്ള വിളക്ക് മാത്രം മതി!"

(മുത്തശ്ശിക്കഥ)